Impressum
Verlag: BABADADA GmbH, Nedderfeld 112 , 22529 Hamburg
Geschäftsführer / Verlagsleitung: Harald Hof
Druck: Books on Demand GmbH, In de Tarpen 42, 22848 Norderstedt

Imprint
Publisher: BABADADA GmbH, Nedderfeld 112 , 22529 Hamburg, Germany
Managing Director / Publishing direction: Harald Hof
Print: Books on Demand GmbH, In de Tarpen 42, 22848 Norderstedt

colegio
โรงเรียน

aula
ห้องเรียน
dividir
หาร
186/2
pizarrón
กระดาน
patio de escuela
สนามโรงเรียน
maestro
ครู
papel
กระดาษ
escribir
เขียน
birome
ปากกา
escritorio
โต๊ะทำงาน
regla
ไม้บรรทัด
libro
หนังสือ
alumno
นักเรียน

mochila
กระเป๋าหนังสือ

caja de lápices
กล่องดินสอ

lápiz
ดินสอ

sacapuntas
กบเหลาดินสอ

goma (de borrar)
ยางลบ

bloc de dibujo
สมุดวาดภาพ

dibujo

ภาพวาด

pincel

พู่กัน

caja de pinturas

กล่องสี

tijera

กรรไกร

pegamento

กาว

cuaderno de ejercicios

สมุดแบบฝึกหัด

tarea

การบ้าน

número

ตัวเลข

sumar

บวก

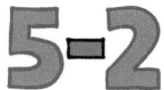

restar

ลบ

multiplicar

คูณ

calcular

คำนวณ

letra

ตัวอักษร

abecedario

อักษรพยัญชนะ

palabra

คำ

texto

ข้อความ

leer

อ่าน

tiza

ชอล์ก

lección

บทเรียน

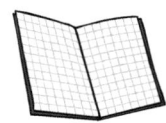

cuaderno de clase

ลงทะเบียน

examen

การสอบ

certificado

ใบรับรอง

uniforme escolar

ชุดนักเรียน

educación

การศึกษา

enciclopedia

สารานุกรม

universidad

มหาวิทยาลัย

microscopio

กล้องจุลทรรศน์

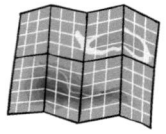

mapa

แผนที่

tacho (de basura)

ตะกร้าใส่เศษกระดาษที่ไม่ใช้แล้ว

viaje

การท่องเที่ยว

hotel
โรงแรม
Grand
hostel
โฮสเทล
ROOMS
CHANGE
casa de cambio
สำนักงานแลกเปลี่ยนเงินตรา
valija
กระเป๋าเดินทาง
auto
รถยนต์

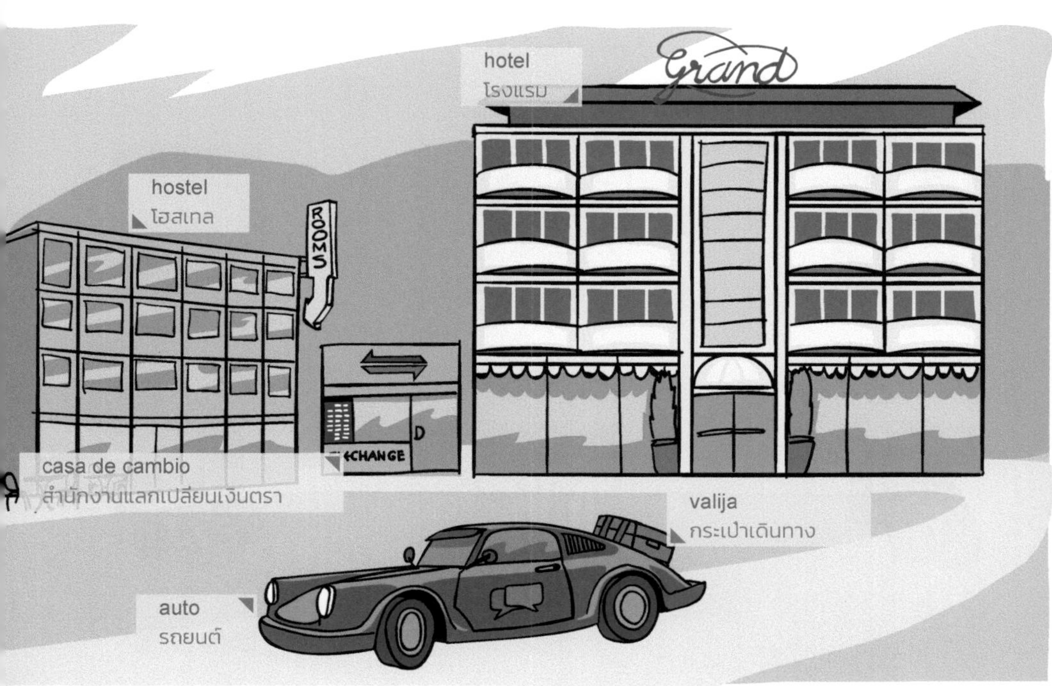

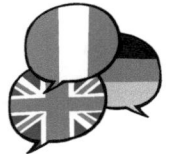

idioma

ภาษา

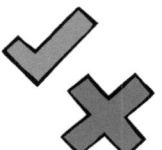

sí / no

ใช่/ไม่ใช่

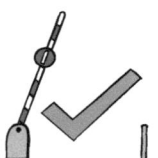

Está bien

ตกลง

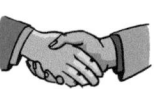

hola

สวัสดี

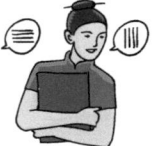

traductor

นักแปล

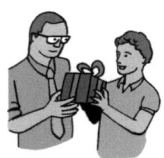

Gracias

ขอบคุณ

¿cuánto cuesta…?

ราคาเท่าไหร่…?

No entiendo

ฉันไม่เข้าใจ

problema

ปัญหา

¡Buenas tardes!

สวัสดีตอนเย็น

¡Buenos días!

สวัสดีตอนเช้า

¡Buenas noches!

ราตรีสวัสดิ์

adiós

แล้วพบกันใหม่

dirección

ทิศทาง

equipaje

กระเป๋าเดินทาง

bolso

กระเป๋า

mochila

กระเป๋าสะพายหลัง

invitado

แขก

habitación

ห้อง

bolsa de dormir

ถุงนอน

carpa

เต้นท์

información turística

ข้อมูลนักท่องเที่ยว

playa

ชายหาด

tarjeta de crédito

บัตรเครดิต

desayuno

มื้อเช้า

almuerzo

มื้อกลางวัน

cena

มื้อเย็น

pasaje

ตั๋ว

ascensor

ลิฟต์

sello

แสตมป์

frontera

พรมแดน

aduana

ภาษีศุลกากร

embajada

สถานทูต

visa

วีซ่า

pasaporte

พาสปอร์ต

transporte

ขนส่ง

avión
เครื่องบิน
barco
เรือใหญ่
autobomba
รถดับเพลิง
colectivo
รถโดยสารประ
camión
รถบรรทุก
lancha a motor
เรือยนต์
bicicleta
จักรยาน/จักรยานยนต์
auto
รถยนต์

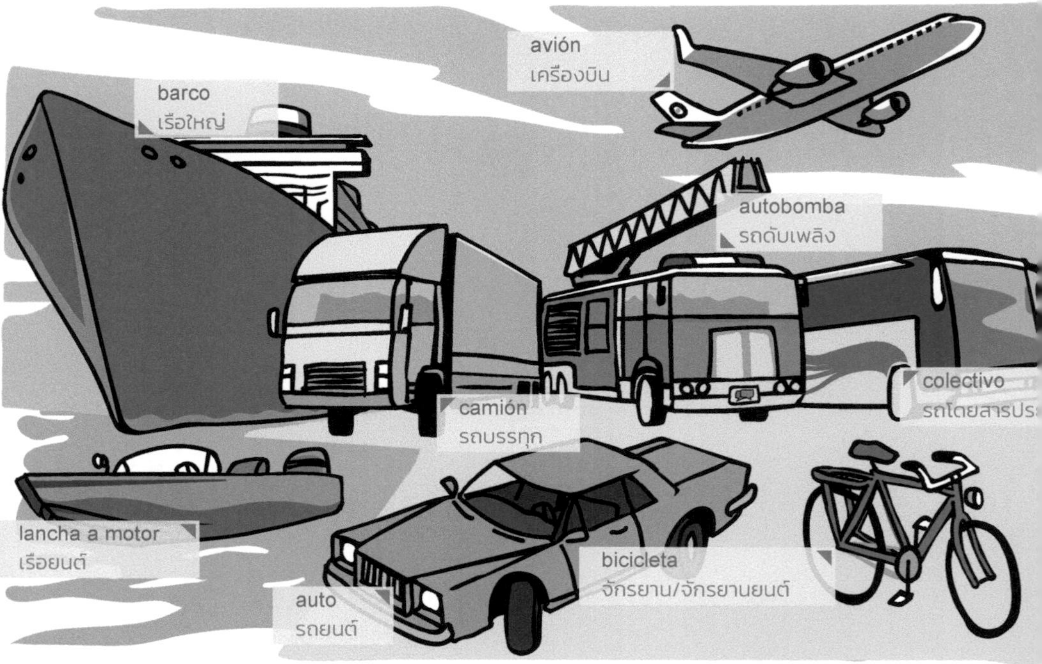

ferry

เรือข้ามฟาก

bote

เรือ

moto

รถจักรยานยนต์

patrullero

รถตำรวจ

auto de carreras

รถแข่ง

auto de alquiler

รถเช่า

alquiler de autos

การแบ่งกันใช้รถยนต์

grúa

รถลาก

camión de basura

รถขยะ

motor

เครื่องยนต์

nafta

เชื้อเพลิง

estación de servicio

ปั๊มน้ำมัน

señal de tránsito

เครื่องหมายจราจร

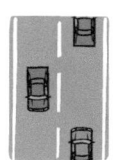

tránsito

การจราจร

embotellamiento

การจราจรติดขัด

estacionamiento

ที่จอดรถ

estación de tren

สถานีรถไฟ

vías

รางรถไฟ

tren

รถไฟ

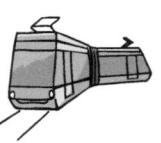

tranvía

รถราง

vagón

ตู้รถไฟ

helicóptero

เฮลิคอปเตอร์

aeropuerto

สนามบิน

torre

หอคอย

pasajero

ผู้โดยสาร

contenedor

ตู้บรรจุสินค้า

caja de cartón

กล่องกระดาษ

carretilla

รถเข็น/รถลาก

canasta

ตะกร้า

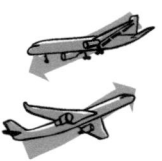

despegar / aterrizar

บินขึ้น/ ลงจอด

ciudad

เมือง

pueblo

หมู่บ้าน

centro de ciudad

ใจกลางเมือง

casa

บ้าน

CINEMA
cine
โรงภาพยนตร์
publicidad
โฆษณา
farol
ไฟถนน
calle
ถนน
taxi
แท็กซี
kiosco
ร้านขายขนม
peatón
คนเดินถนน
vereda
ทางเท้า
paso peatonal
ทางม้าลาย
contenedor de basura
ถังขยะ
cruce
ทางข้าม
semáforo
ไฟจราจร

cabaña

กระท่อม

departamento

แฟลต

estación de tren

สถานีรถไฟ

municipalidad

ศาลากลางจังหวัด

museo

พิพิธภัณฑ์

colegio

โรงเรียน

universidad

มหาวิทยาลัย

banco

ธนาคาร

hospital

โรงพยาบาล

hotel

โรงแรม

farmacia

ร้านขายยา

oficina

สำนักงาน

librería

ร้านขายหนังสือ

negocio

ร้านค้า

florería

ร้านขายดอกไม้

supermercado

ซูเปอร์มาร์เก็ต

mercado

ตลาด

grandes tiendas

ห้างสรรพสินค้า

pescadería

ร้านขายปลา

centro comercial

ศูนย์การค้า

puerto

ท่าเรือ

parque
สวนสาธารณะ

banco
ม้านั่ง

puente
สะพาน

escaleras
บันได

subte
รถไฟใต้ดิน

túnel
อุโมงค์

parada del colectivo
ป้ายรถเมล์

bar
บาร์

restaurante
ร้านอาหาร

buzón
ตู้ไปรษณีย์

letrero
ป้ายชื่อถนน

parquímetro
มิเตอร์เก็บค่าจอดรถ

zoológico
สวนสัตว์

pileta
สระว่ายน้ำ

mezquita
สุเหร่า/มัสยิด

granja

ฟาร์ม

contaminación

มลพิษ

cementerio

สุสาน

iglesia

โบสถ์

juegos infantiles

สนามเด็กเล่น

templo

วัด

paisaje

ภูมิประเทศ

hoja
ใบไม้

poste indicador
ป้ายบอกทาง

camino
ทาง

pradera
ทุ่งหญ้า

piedra
ก้อนหิน

árbol
ต้นไม้

excursionista
นักเดินทางไกลด้วยเท้า

río
แม่น้ำ

hierba
หญ้า

flor
ดอกไม้

valle

หุบเขา

montaña

เนินเขา

lago

ทะเลสาบ

bosque

ป่า

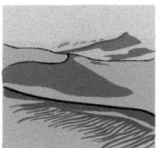

desierto

ทะเลทราย

volcán

ภูเขาไฟ

castillo

คฤหาสน์

arco iris

รุ้งกินน้ำ

champiñón

เห็ด

palmera

ต้นปาล์ม

mosquito

ยุง

mosca

แมลงวัน

hormiga

มด

abeja

ผึ้ง

araña

แมงมุม

paisaje - ภูมิประเทศ

15

escarabajo

แมลงปีกแข็ง

rana

กบ

ardilla

กระรอก

erizo

เม่น

liebre

กระต่ายป่า

lechuza

นกฮูก

pájaro

นก

cisne

หงส์

jabalí

หมูป่าตัวผู้

ciervo

กวาง

alce

กวางมูส

presa

เขื่อน

aerogenerador

กังหันลม

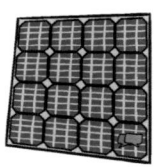

panel solar

แผงโซล่าเซลล์

clima

สภาพอากาศ

restaurante
ร้านอาหาร

menú
รายการอาหาร
silla
เก้าอี้
sopa
ซุป
pizza
พิซซ่า
cubiertos
เครื่องใช้บนโต๊ะอาหาร
mantel
ผ้าปูโต๊ะ

entrada
อาหารเรียกน้ำย่อย

plato principal
อาหารจานหลัก

postre
ของหวาน

bebidas
เครื่องดื่ม

comida
อาหาร

botella
ขวด

comida rápida

อาหารจานด่วน

comida callejera

ร้านข้างถนน

tetera

กาน้ำชา

azucarera

โถใส่น้ำตาล

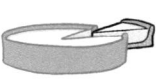

porción

ส่วนแบ่งอาหารสำหรับหนึ่งคน

cafetera expreso

เครื่องชงกาแฟเอสเปรสโซ่

sillita alta

เก้าอี้สูง

cuenta

ใบเสร็จ

bandeja

ถาด

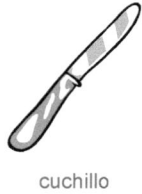

cuchillo

มีด

tenedor

ส้อม

cuchara

ช้อน

cucharita

ช้อนชา

servilleta

ผ้าเช็ดปากบนโต๊ะอาหาร

vaso

แก้วน้ำ

plato

จาน

plato hondo

จานซุป

plato

จานรอง

salsa

ซอส

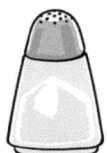

salero

กระปุกเกลือ

molinillo de pimienta

กระปุกบดพริกไทย

vinagre

น้ำส้มสายชู

aceite

น้ำมันที่ใช้ปรุงอาหาร

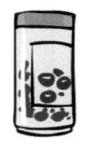

especias

เครื่องเทศ

kétchup

ซอสมะเขือเทศ

mostaza

มัสตาร์ด

mayonesa

มายองเนส

supermercado
ซูเปอร์มาร์เก็ต

ข้อเสนอพิเศษ
cliente
ลูกค้า
lácteos
ผลิตภัณฑ์ที่ทำจากนม
fruta
ผลไม้
changuito
รถเข็น

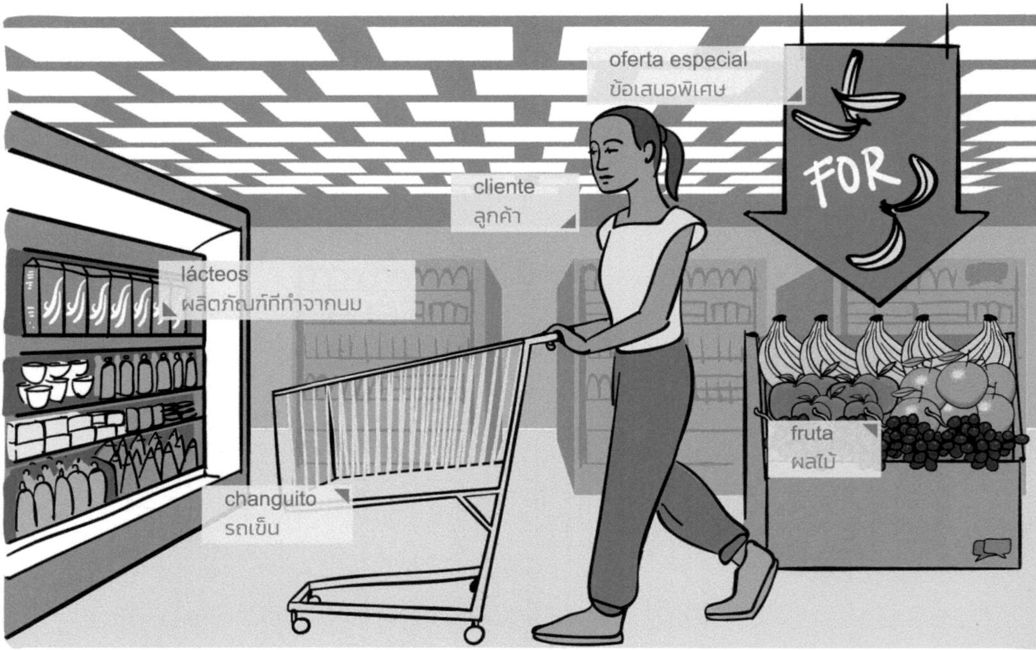

carnicería

ร้านขายเนื้อ

panadería

ร้านขายขนมปัง

pesar

ชั่งน้ำหนัก

verduras

ผัก

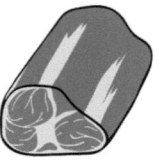

carne

เนื้อ

alimentos congelados

อาหารแช่แข็ง

fiambres

อาหารเนื้อตัดเย็น

alimentos enlatados

อาหารกระป๋อง

detergente en polvo

ผงซักฟอก

golosinas

ขนมหวาน/ลูกกวาด

electrodomésticos

ผลิตภัณฑ์ในครัวเรือน

productos de limpieza

ผลิตภัณฑ์ทำความสะอาด

vendedora

พนักงานขายหญิง

caja

เครื่องคิดเงิน

cajero

พนักงานจ่ายเงิน

lista de compras

รายการซื้อของ

horario de atención

เวลาเปิดทำการ

billetera

กระเป๋าสตางค์

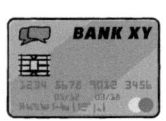

tarjeta de crédito

บัตรเครดิต

cartera

กระเป๋า

bolsa de plástico

ถุงพลาสติก

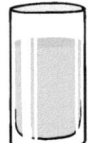

bebidas
เครื่องดื่ม

agua

น้ำเปล่า

jugo

น้ำผลไม้

leche

นม

bebida cola

โค้ก

vino

ไวน์

cerveza

เบียร์

alcohol

แอลกอฮอล์

cacao

โกโก้

té

ชา

café

กาแฟ

café expreso

เอสเปรสโซ่

cappuccino

คาปูชิโน่

comida

อาหาร

banana

กล้วย

manzana

แอปเปิ้ล

naranja

ส้ม

melón

เมลอน

limón

มะนาว

zanahoria

แครอท

ajo

กระเทียม

bambú

ต้นไผ่

cebolla

หัวหอม

champiñón

เห็ด

nueces

ถั่ว

fideos

ก๋วยเตี๋ยว

tallarines

สปาเก็ตตี

arroz

ข้าว

ensalada

สลัด

papas fritas

มันฝรั่งทอด

papas fritas

มันฝรั่งทอด

pizza

พิซซ่า

hamburguesa

แฮมเบอร์เกอร์

sándwich

แซนด์วิช

churrasco

ชิ้นเนื้อไร้กระดูก

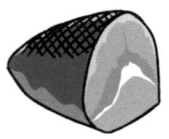

jamón

แฮม

salame

ไส้กรอกแห้งซาลามิ

salchicha

ไส้กรอก

pollo

ไก่

asado

ย่าง/ปิ้ง

pescado

ปลา

copos de avena

โจ๊กข้าวโอ๊ต

muesli

ธัญพืชอบกรอบ

copos de maíz

คอร์นเฟล็ค

harina

แป้งทำอาหาร

medialuna

ครัวซองค์

pancito

ขนมปังสโคน

pan

ขนมปัง

tostada

ขนมปังปิ้ง

galletitas

บิสกิต

manteca

เนย

cuajada

นมข้น

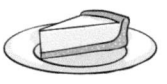

torta

เค้ก

huevo

ไข่

huevo frito

ไข่ดาว

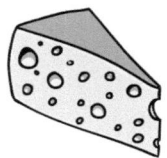

queso

ชีส

helado

ไอศกรีม

azúcar

น้ำตาล

miel

น้ำผึ้ง

mermelada

แยม

pasta de chocolate

ช็อกโกแลตครีมสเปรด

curry

แกงกะหรี่

granja

ฟาร์ม

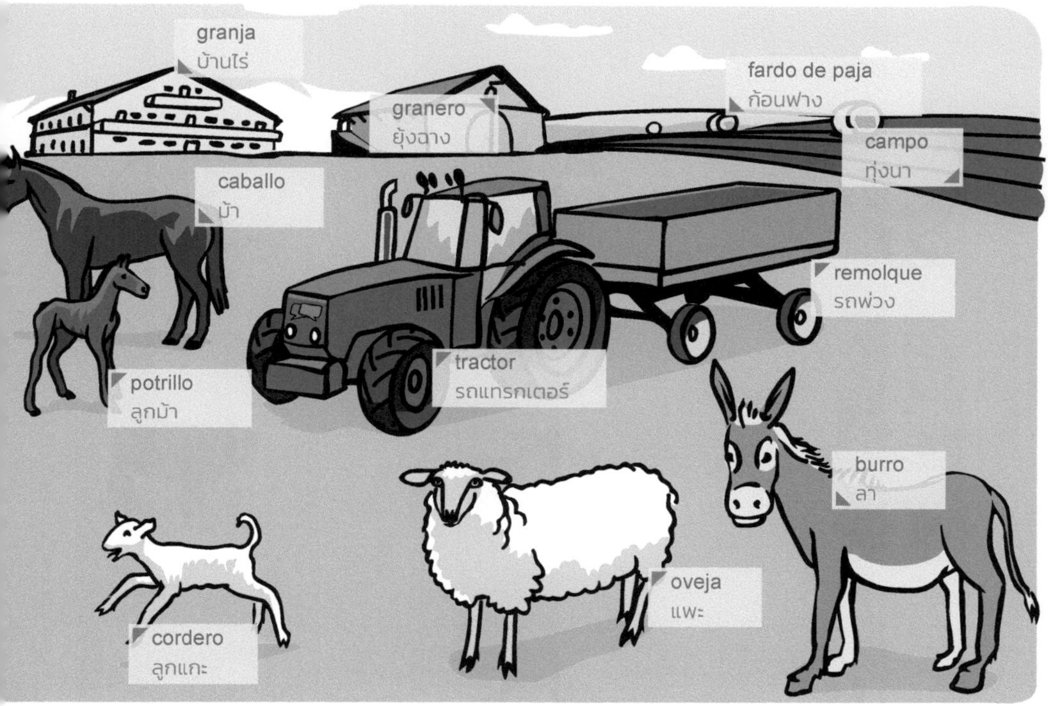
granja
บ้านไร่
granero
ยุ้งฉาง
fardo de paja
ก้อนฟาง
campo
ทุ่งนา
caballo
ม้า
remolque
รถพ่วง
tractor
รถแทรกเตอร์
potrillo
ลูกม้า
burro
ลา
oveja
แพะ
cordero
ลูกแกะ

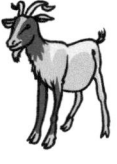

cabra
แพะ

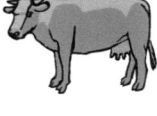

vaca
วัวตัวเมีย

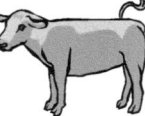

ternero
ลูกวัว

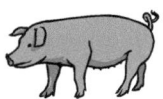

cerdo
หมู

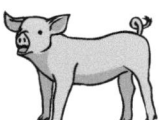

lechón
ลูกหมู

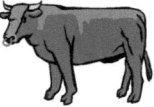

toro
วัวตัวผู้

ganso

ห่าน

pato

เป็ด

pollo

ลูกไก่

gallina

แม่ไก่

gallo

ไก่ตัวผู้

rata

หนู

gato

แมว

ratón

หนู

buey

วัวตัวผู้สำหรับใช้แรงงานในฟาร์ม

perro

สุนัข

cucha

บ้านสุนัข

manguera

สายยางที่ใช้ในสวน

regadera

บัวรดน้ำต้นไม้

guadaña

เคียวด้ามยาว

arado

คันไถ

hoz

เคียว

azada

จอบ

horquilla

คราด

hacha

ค้อน

carretilla

รถเข็นล้อเดียว

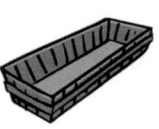

abrevadero

รางน้ำ

lechera

ถังใส่นม

bolsa

กระสอบ

reja

รั้ว

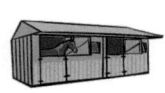

establo

คอกม้า

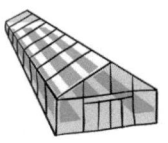

invernadero

เรือนกระจก

suelo

ดิน

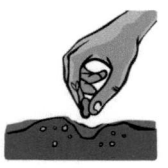

semilla

เมล็ดพืช

fertilizador

ปุ๋ย

cosechadora

เครื่องเกี่ยวนวดข้าว

cosechar

เก็บเกี่ยว

cosecha

การเก็บเกี่ยว

batatas

มันเทศ

trigo

ข้าวสาลี

soja

ถั่วเหลือง

papa

มันฝรั่ง

maíz

ข้าวโพด

semilla de colza

ดอกเรพซีด

árbol frutal

ต้นไม้ที่ออกผล

mandioca

มันสำปะหลัง

cereales

ธัญพืช

casa

บ้าน

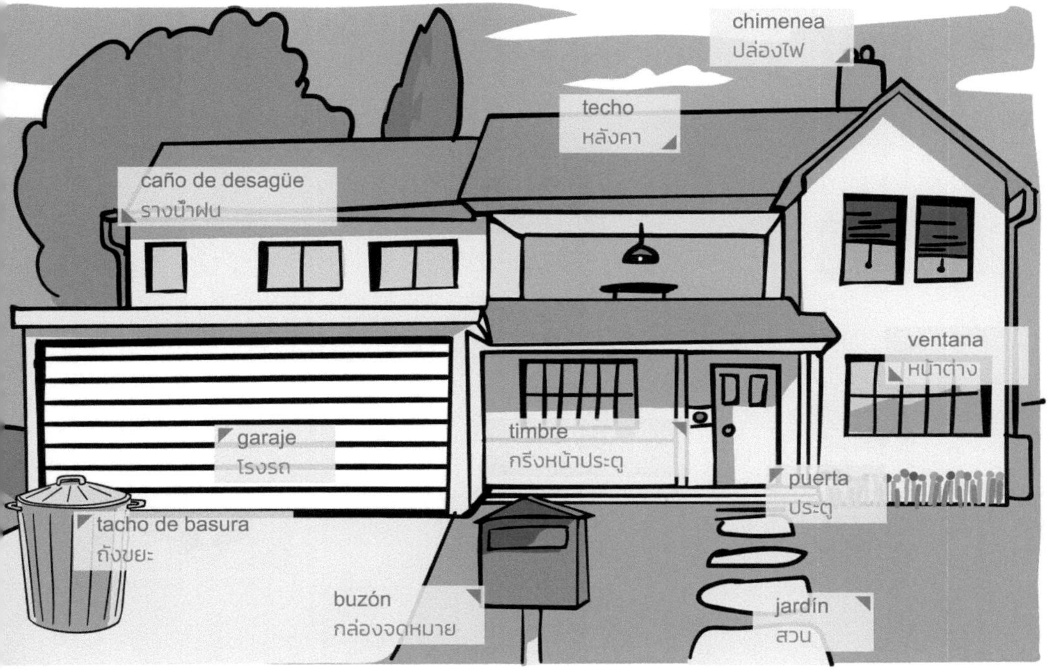

chimenea
ปล่องไฟ
techo
หลังคา
caño de desagüe
รางน้ำฝน
ventana
หน้าต่าง
garaje
โรงรถ
timbre
กริ่งหน้าประตู
puerta
ประตู
tacho de basura
ถังขยะ
buzón
กล่องจดหมาย
jardín
สวน

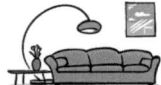

living

ห้องนั่งเล่น

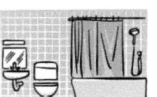

baño

ห้องน้ำ

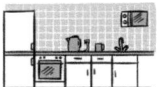

cocina

ห้องครัว

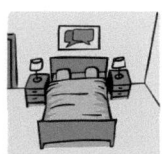

dormitorio

ห้องนอน

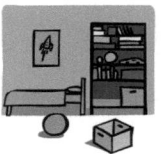

cuarto de los chicos

ห้องพักสำหรับเด็ก

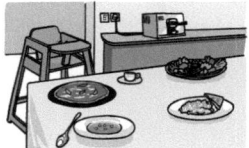

comedor

ห้องอาหาร

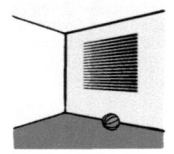

piso

พื้น

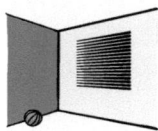

pared

ผนัง

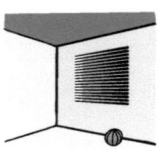

cielorraso

เพดาน

sótano

ห้องเก็บของใต้ดิน

sauna

ซาวน่า

balcón

ระเบียง

terraza

ลานตะพักลำน้ำ

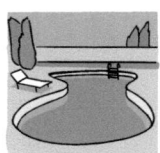

pileta

สระว่ายน้ำ

cortadora de pasto

เครื่องตัดหญ้า

sábana

ผ้าปูที่นอน

acolchado

ผ้าคลุมเตียง

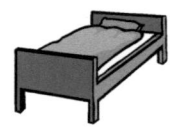

cama

เตียง

escoba

ไม้กวาด

balde

ถังน้ำ

interruptor

สวิตช์

living
ห้องนั่งเล่น

วอลเปเปอร์
imagen
ภาพ
lámpara
โคมไฟ
estante
armario
ตู้
televisión
โทรทัศน์
chimenea
เตาผิง
flor
ดอกไม้
almohadón
เบาะ
sofá
โซฟา
florero
แจกัน
control remoto
รีโมทคอนโทรล

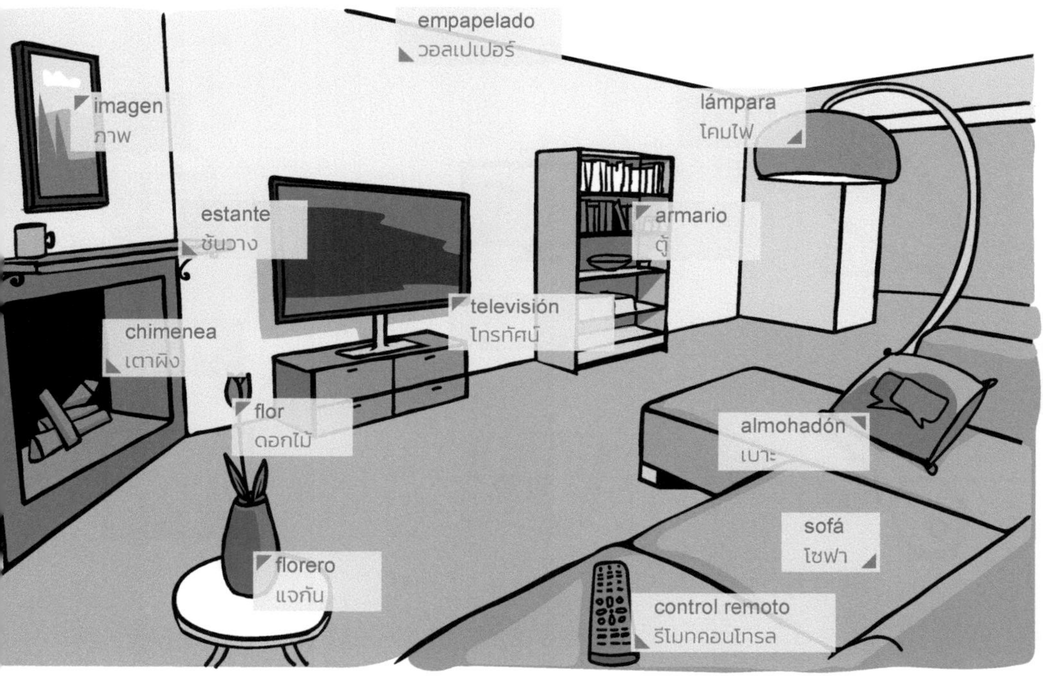

alfombra
พรมเช็ดเท้า

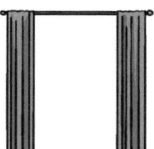

cortina
ผ้าม่าน

mesa
โต๊ะ

silla
เก้าอี้

mecedora
เก้าอี้โยก

sillón
เก้าอี้ที่มีที่วางแขน

libro

หนังสือ

frazada

ผ้าห่ม

decoración

ของตกแต่ง

leña

ฟืน

película

ภาพยนตร์

equipo de música

เครื่องเสียงระบบไฮไฟ

llave

กุญแจ

diario

หนังสือพิมพ์

pintura

จิตรกรรม

póster

โปสเตอร์

radio

วิทยุ

cuaderno

สมุด

aspiradora

เครื่องดูดฝุ่น

cactus

ตะบองเพชร

vela

เทียนไข

cocina
ห้องครัว

heladera
ตู้เย็น
microondas
ไมโครเวฟ
balanza de cocina
เครื่องชั่งน้ำหนักอาหาร
tostadora
เครื่องปิ้งขนมปัง
detergente
ผงซักฟอก
horno
เตาอบ
freezer
ช่องแข็งในตู้เย็น
tacho de basura
ถังขยะ
lavaplatos
เครื่องล้างจาน

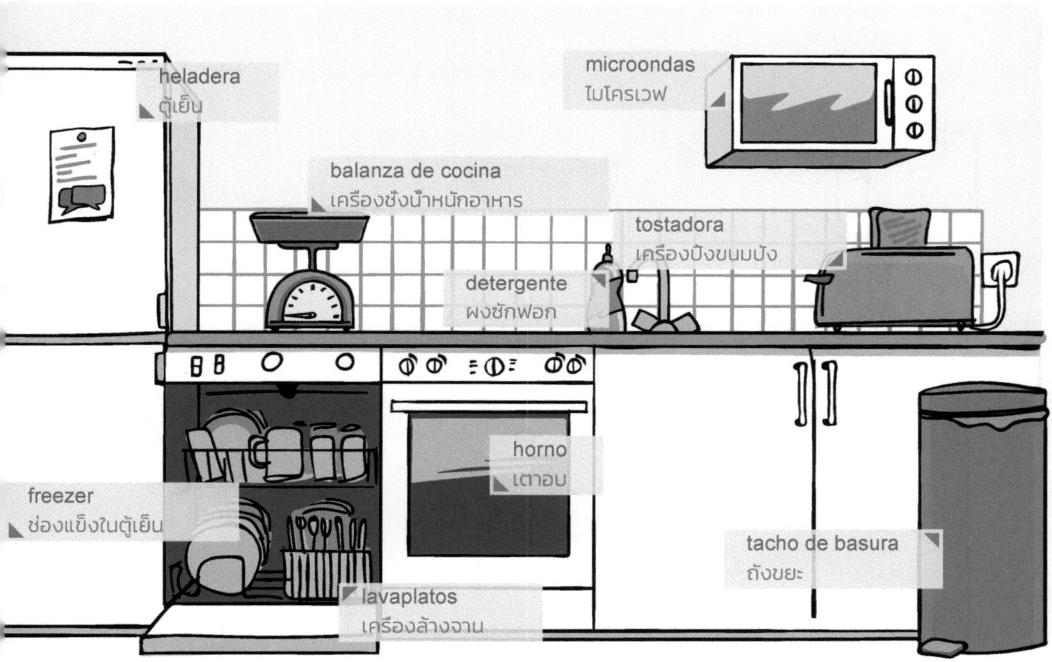

cocina
เตาปรุงอาหาร

olla
หม้อ

olla de hierro fundido
หม้อเหล็กหล่อ

wok
กระทะจีน

sartén
กระทะ

pava
กาต้มน้ำ

vaporera

หม้อไอน้ำ

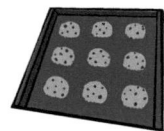

bandeja de horno

ถาดอบ

vajilla

เครื่องถ้วยชาม

taza

เหยือก

bol

ชาม

palitos

ตะเกียบ

cucharón

ทัพพีด้ามยาว

estpátula

ตะหลิว

batidora

ที่ตีไข่

colador

ที่กรอง

colador

กระชอน

rallador

ที่ขูด

mortero

ครก

parrilla

บาร์บีคิว

fogata

แคมป์ไฟถาวร

tabla de picar

เขียง

palo de amasar

ไม้นวดแป้ง

sacacorchos

สว่านเปิดจุกขวด

lata

กระป๋อง

abrelatas

ที่เปิดกระป๋อง

manopla

ถุงมือจับของร้อน

pileta

อ่างล้างจาน

cepillo

แปรง

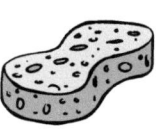

esponja

ฟองน้ำ

batidora

เครื่องปั่น

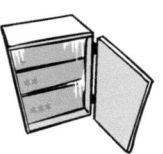

congelador

ตู้แช่แข็ง

mamadera

ขวดนม

canilla

ก๊อกน้ำ

baño

ห้องน้ำ

calefacción
เครื่องทำความร้อน
toalla
ผ้าเช็ดมือ
ducha
ฝักบัว
cortina de ducha
ม่านห้องน้ำ
baño de espuma
สบู่ทำฟอง
bañadera
อ่างอาบน้ำ
vaso
แก้วน้ำ
lavarropas
เครื่องซักผ้า
canilla
ก๊อกน้ำ
baldosas
กระเบื้อง
pelela
โถส้วมสำหรับเด็ก
pileta
อ่างล้างจาน

inodoro

ห้องส้วม

letrina

ส้วมนั่งยอง

bidé

โถปัสสาวะหญิง

mingitorio

โถปัสสาวะชาย

papel higiénico

กระดาษชำระสำหรับใช้ในห้องน้ำ

cepillo para el inodoro

แปรงขัดห้องน้ำ

cepillo de dientes

แปรงสีฟัน

dentífrico

ยาสีฟัน

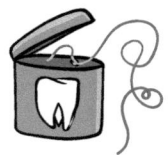

hilo dental

ไหมขัดฟัน

lavar

ล้าง

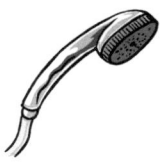

ducha de mano

ฝักบัวมือ

ducha higiénica

สายฉีดชำระ

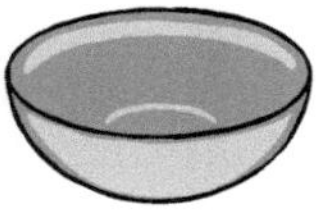

palangana

อ่างล้างหน้า

cepillo para espalda

แปรงถูหลัง

jabón

สบู่

gel de ducha

เจลอาบน้ำ

shampoo

แชมพู

toallita

ผ้าสักหลาด

desagüe

ท่อระบายน้ำทิ้ง

crema

ครีม

desodorante

ผลิตภัณฑ์ระงับกลิ่นตัว

espejo

กระจก

espejito

กระจกถือ

maquinita de afeitar

ที่โกนหนวด

espuma de afeitar

โฟมโกนหนวด

aftershave

โลชั่นบำรุงผิวหลังโกนหนวด

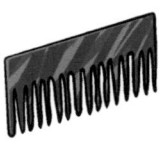

peine

หวี

cepillo

แปรง

secador de pelo

ไดร์เป่าผม

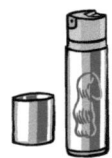

spray

สเปรย์ฉีดผม

maquillaje

ชุดเครื่องสำอาง

lápiz de labios

ลิปสติก

esmalte para uñas

น้ำยาทาเล็บ

algodón

สำลี

tijera para uñas

กรรไกรตัดเล็บ

perfume

น้ำหอม

portacosméticos

กระเป๋าอาบน้ำ

banqueta

เก้าอี้สามขา

balanza

เครื่องชั่งน้ำหนัก

bata

เสื้อคลุมอาบน้ำ

guantes de goma

ถุงมือยาง

tampón

ผ้าอนามัยแบบสอด

toallita femenina

ผ้าอนามัย

baño químico

ส้วมเคมี

cuarto de los chicos
ห้องพักสำหรับเด็ก

ของเล่นน่ารักน่ากอด
coche de juguete
รถยนต์ของเล่น
sonajero
ของเล่นประเภทเขย่าแล้วมีเสียง
casa de muñecas
บ้านตุ๊กตา
regalo
ของขวัญ

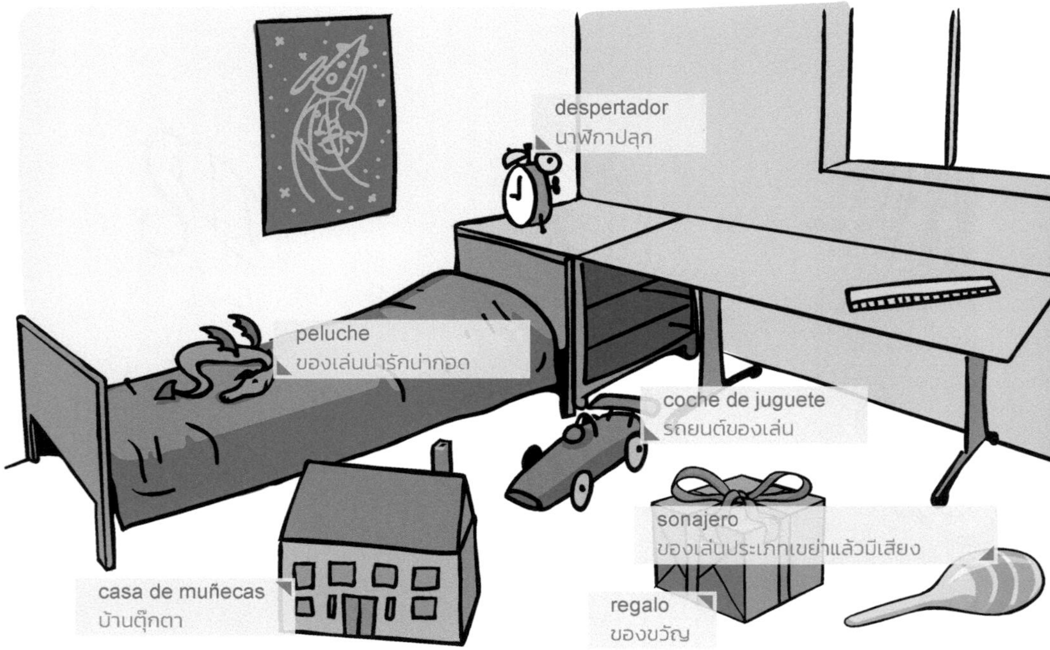

globo

ลูกโป่ง

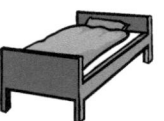

cama

เตียง

cochecito

รถเข็นเด็ก

cartas

สำรับไพ่

rompecabezas

จิ๊กซอว์

historieta

หนังสือการ์ตูน

piezas de lego

ตัวต่อเลโก้

ladrillos de juguete

บล็อกของเล่น

figura de acción

ฟิกเกอร์แบบขยับท่าทางได้

enterito (de bebé)

เสื้อผ้าทารก

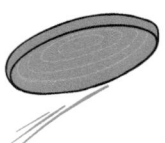

frisbee

จานร่อน

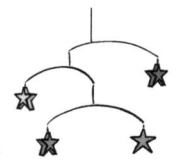

móvil para bebés

โมบายแขวนหัวเตียงเด็ก

juego de mesa

เกมกระดาน

dados

ลูกเต๋า

tren eléctrico

ชุดรถไฟจำลอง

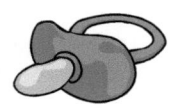

chupete

หุ่น

fiesta

ปาร์ตี้

libro de cuentos ilustrado

หนังสือภาพ

pelota

ลูกบอล

muñeca

ตุ๊กตา

jugar

เล่น

arenero

หลุมทราย

hamaca

ชิงช้า

juguetes

ของเล่น

consola de videojuegos

เครื่องเล่นวิดีโอเกม

triciclo

รถจักรยานสามล้อ

osito de peluche

ตุ๊กตาหมี

armario

ตู้เสื้อผ้า

ropa

เสื้อผ้า

medias

ถุงเท้า

medias panty

ถุงน่อง

calzas

กางเกงรัดรูป

bufanda
ผ้าพันคอ

paraguas
ร่ม

cinturón
เข็มขัด

remera
เสื้อยืดคอกลม

botas
รองเท้าบูท

pantuflas
รองเท้าสวมเดินในบ้าน

zapatillas
รองเท้ากีฬา

sandalias

รองเท้าแตะ

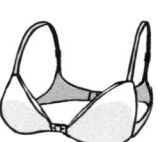

zapatos

รองเท้า

botas de goma

รองเท้าบูทยาง

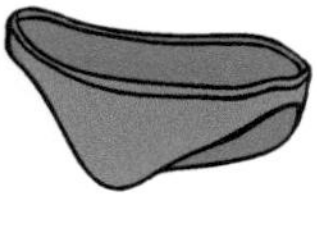

ropa interior

กางเกงชั้นใน

corpiño

ยกทรง

chaleco

เสื้อกล้าม

body

เสื้อรัดรูป

pantalones

กางเกงขายาว

jeans

กางเกงยีน

pollera

กระโปรง

blusa

เสื้อเชิ้ตสตรี

camisa

เสื้อเชิ้ต

pulóver

เสื้อกันหนาว

buzo

เสื้อคลุมมีหมวก

blazer

เสื้อเบลเซอร์

campera

เสื้อแจ็กเก็ต

tapado

เสื้อโค้ท

piloto

เสื้อกันฝน

traje

เครื่องแต่งกาย

vestido

ชุดเดรส

vestido de novia

ชุดแต่งงาน

traje

เสื้อสูท

camisón

ชุดราตรี

pijama

ชุดนอน

sari

ผ้าส่าหรี

pañuelo para cabeza

ฮิญาบ

turbante

ผ้าโพกศีรษะ

burka

เสื้อบุรฺเกาะ

caftán

เสื้อคลุมคาฟตาน

abaya

เสื้อคลุมอบายะห์

traje de baño

ชุดว่ายน้ำ

short de baño

กางเกงว่ายน้ำ

shorts

กางเกงขาสั้น

jogging

ชุดวอร์ม

delantal

ผ้ากันเปื้อน

guantes

ถุงมือ

botón

กระดุม

anteojos

แว่นตา

pulsera

กำไลข้อมือ

collar

สร้อยคอ

anillo

แหวน

aro

ต่างหู

gorra

หมวกแก๊ป

percha

ที่แขวนเสื้อโค้ท

sombrero

หมวกปีกกว้าง

corbata

เนคไท

cierre

ซิป

casco

หมวกกันน็อก

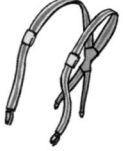

tiradores

สายโยงกางเกง

uniforme escolar

ชุดนักเรียน

uniforme

เครื่องแบบ

babero

ผ้ากันเปื้อนเด็ก

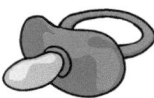

chupete

หุ่น

pañal

ผ้าอ้อม

oficina

สำนักงาน

servidor
เซิร์ฟเวอร์
archivero
ตู้เก็บเอกสาร
papel
กระดาษ
impresora
ปรินเตอร์/เครื่องพิมพ์
monitor
หน้าจอ
escritorio
โต๊ะทำงาน
mouse
เมาส์
carpeta
แฟ้ม
teclado
แป้นพิมพ์
(de basura)
ใส่เศษกระดาษที่ไม่ใช้แล้ว
silla
เก้าอี้
computadora
คอมพิวเตอร์

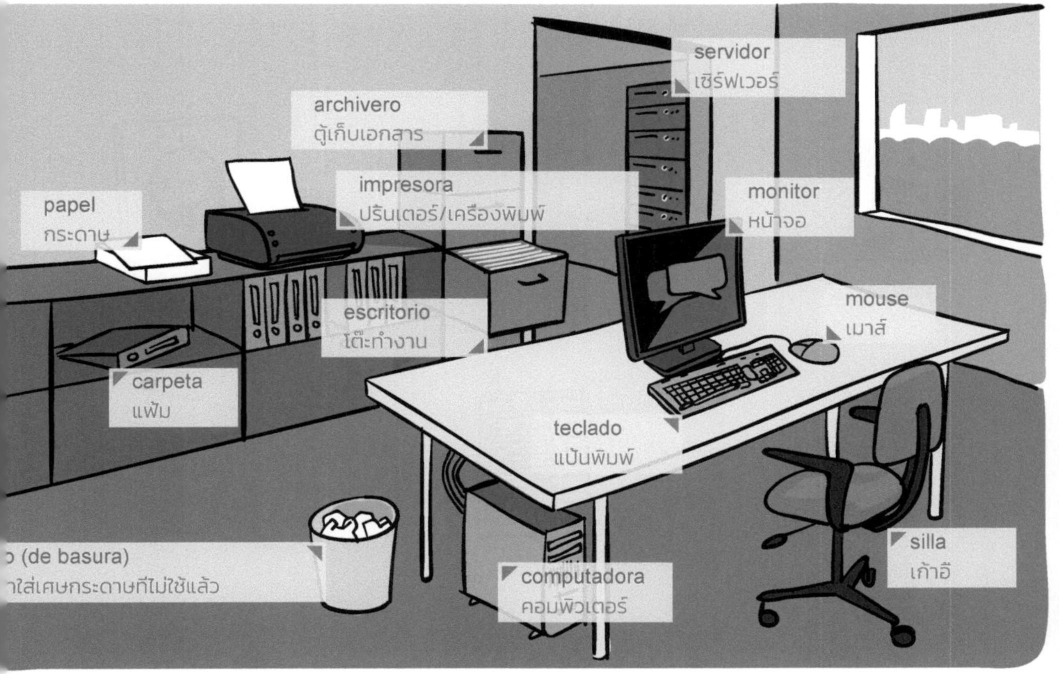

taza de café

แก้วมัคใส่กาแฟ

calculadora

เครื่องคิดเลข

internet

อินเตอร์เน็ต

laptop

คอมพิวเตอร์แบบพกพา

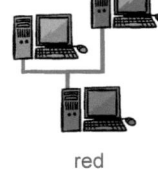

carta

จดหมาย

mensaje

ข้อความ

celular

โทรศัพท์มือถือ

red

เครือข่าย

fotocopiadora

เครื่องถ่ายเอกสาร

software

ซอฟต์แวร์

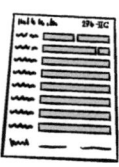

teléfono

โทรศัพท์

tomacorriente

ปลั๊กตัวเมีย/เต้าเสียบ

fax

เครื่องแฟกซ์

formulario

แบบฟอร์ม

documento

เอกสาร

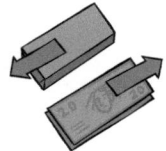

comprar

ซื้อ

pagar

จ่าย

hacer negocios

แลกเปลี่ยน

dinero

เงิน

dólar

ดอลลาร์

euro

ยูโร

yen

เยน

rublo

รูเบิล

franco suizo

ฟรังก์สวิส

yuan

หยวนเหรินหมินปี้

rupia

รูปี

cajero automático

เครื่องสำหรับกดเงินสดจากธนาคาร

casa de cambio

สำนักงานแลกเปลี่ยนเงินตรา

oro

ทอง

plata

เงิน

petróleo

น้ำมัน

energía

พลังงาน

precio

ราคา

contrato

สัญญา

impuesto

ภาษี

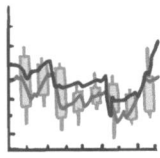

acción

หุ้น

trabajar

ทำงาน

empleado

ลูกจ้าง

empleador

นายจ้าง

fábrica

โรงงาน

negocio

ร้านค้า

ocupaciones
อาชีพ

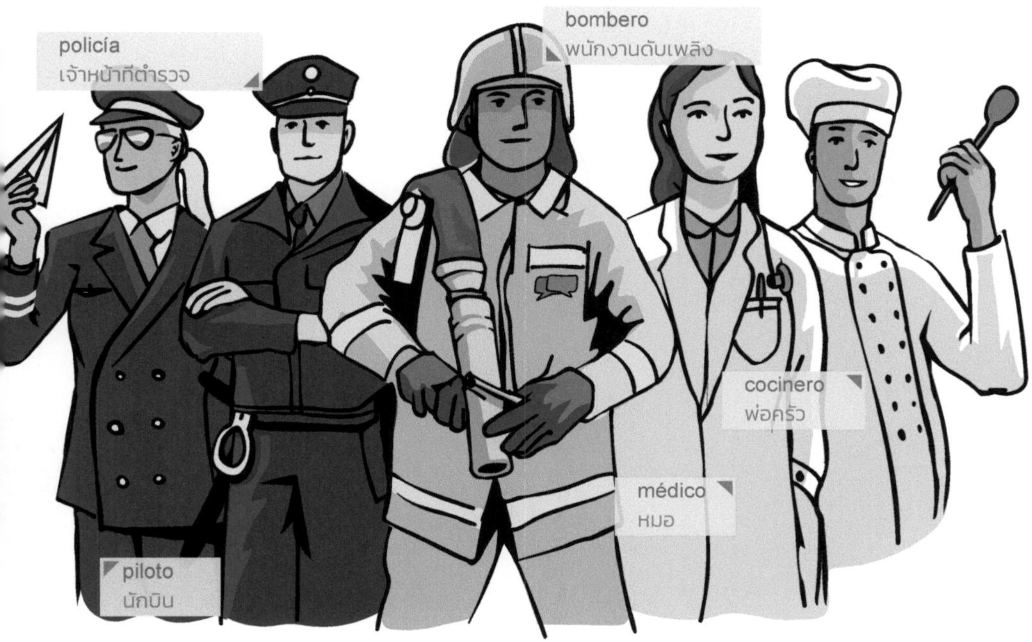
policía
เจ้าหน้าที่ตำรวจ
bombero
พนักงานดับเพลิง
cocinero
พ่อครัว
médico
หมอ
piloto
นักบิน

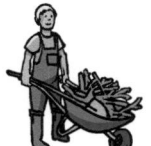

jardinero
ชาวสวน

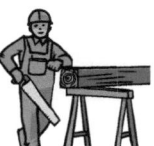

carpintero
ช่างไม้

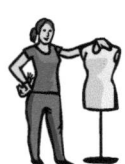

modista
ช่างเย็บผ้าที่เป็นผู้หญิง

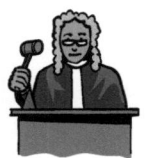

juez
ผู้พิพากษา

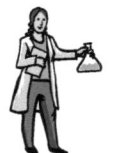

farmacéutico
นักเคมี

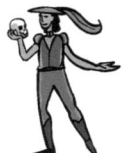

actor
นักแสดงชาย

colectivero

คนขับรถประจำทาง

taxista

คนขับรถแท็กซี่

pescador

ชาวประมง

mucama

แม่บ้านทำความสะอาด

techista

ช่างมุงหลังคา

mozo

บริกรชาย

cazador

นายพราน

pintor

จิตรกร

panadero

คนทำขนมปัง

electricista

ช่างไฟฟ้า

albañil

ช่างก่อสร้าง

ingeniero

วิศวกร

carnicero

คนขายเนื้อ

plomero

ช่างประปา

cartero

บุรุษไปรษณีย์

soldado

ทหาร

arquitecto

สถาปนิก

cajero

พนักงานจ่ายเงิน

florista

คนขายดอกไม้

peluquero

ช่างทำผม

cobrador

พนักงานตรวจตั๋ว

mecánico

ช่างซ่อมรถยนต์

capitán

กัปตัน

dentista

ทันตแพทย์

científico

นักวิทยาศาสตร์

rabino

แรบไบ

imán

อิหม่าม

monje

พระ

sacerdote

พระ/นักบวช

herramientas
เครื่องมือ

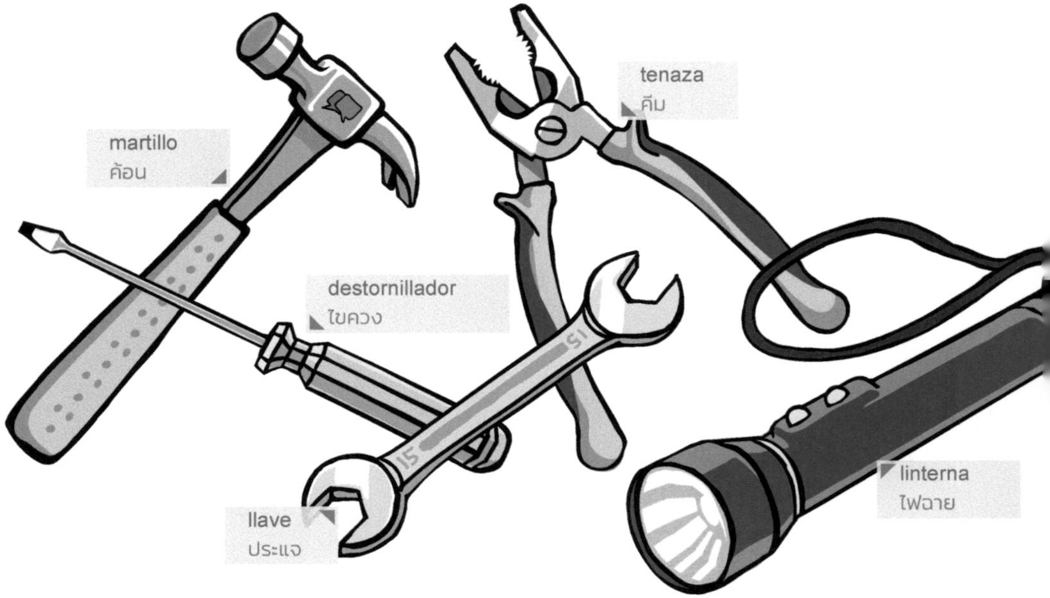
martillo
ค้อน
tenaza
คีม
destornillador
ไขควง
llave
ประแจ
linterna
ไฟฉาย

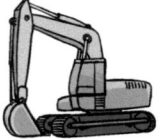

excavadora

เครื่องขุด

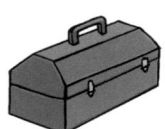

caja de herramientas

กล่องเครื่องมือ

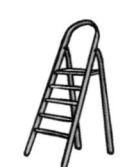

escalera portátil

กระได

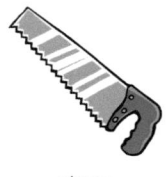

sierra

เลื่อย

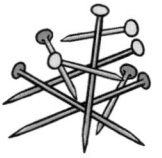

clavos

ตะปู

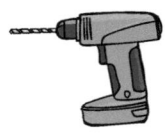

taladro

สว่าน

arreglar

ซ่อมแซม

pala de jardín

พลั่ว

¡Qué bronca!

ตายห่า!

pala de plástico

ที่โกยขยะ

tacho de pintura

ถังสี

tornillos

สกรู

instrumentos musicales
เครื่องดนตรี

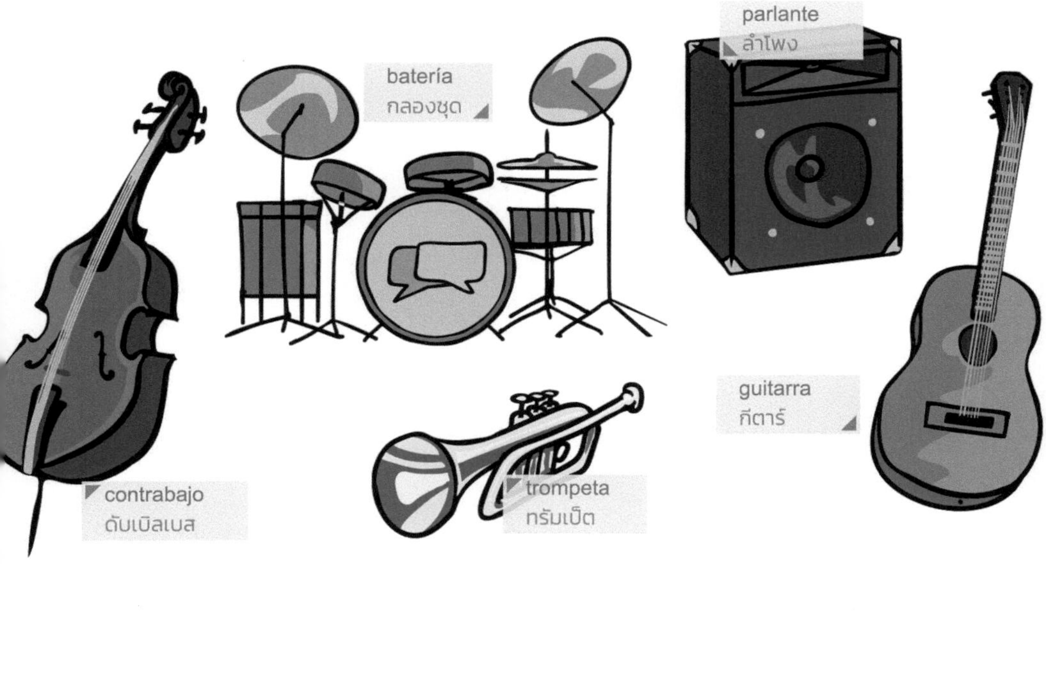

parlante
ลำโพง
batería
กลองชุด
guitarra
กีตาร์
contrabajo
ดับเบิลเบส
trompeta
ทรัมเป็ต

piano

เปียโน

violín

ไวโอลิน

bajo

เบส

timbales

กลองทิมปานี

tambor

กลอง

teclado

คีย์บอร์ด

saxofón

แซ็กโซโฟน

flauta

ฟลูต

micrófono

ไมโครโฟน

zoológico
สวนสัตว์

entrada
ทางเข้า
tigre
เสือ
jaula
กรง
cebra
ม้าลาย
alimento para animales
oso panda
หมีแพนด้า

animales
สัตว์

elefante
ช้าง

canguro
จิงโจ้

rinoceronte
แรด

gorila
กอริลล่า

oso
หมี

camello

อูฐ

avestruz

นกกระจอกเทศ

león

สิงโต

mono

ลิง

flamenco

นกฟลามิงโก

loro

นกแก้ว

oso polar

หมีขั้วโลก

pingüino

เพนกวิน

tiburón

ฉลาม

pavo real

นกยูง

serpiente

งู

cocodrilo

จระเข้

cuidador del zoológico

ผู้ดูแลสัตว์

foca

แมวน้ำ

jaguar

เสือจากัวร์

poni

ม้าพันธุ์เล็ก

leopardo

เสือดาว

hipopótamo

ฮิปโป

jirafa

ยีราฟ

águila

เหยียว

jabalí

หมูป่าตัวผู้

pescado

ปลา

tortuga

เต่า

morsa

ช้างน้ำ

zorro

จิ้งจอก

gacela

กาเซลล์

deportes
กีฬา

fútbol americano
อเมริกันฟุตบอล

ciclismo
ขี่จักรยาน

tenis
เทนนิส

básquet
บาสเกตบอล

natación
ว่ายน้ำ

boxeo
มวย

hockey sobre hielo
ฮอคกี้น้ำแข็ง

fútbol	bádminton	atletismo
ฟุตบอล	แบดมินตัน	กรีฑา

handball	esquí	polo
แฮนด์บอล	สกี	กีฬาโปโลน้ำ

actividades
กิจกรรม

saltar
กระโดด
abrazar
กอด
reír
หัวเราะ
caminar
เดิน
cantar
ร้องเพลง
soñar
ฝัน
rezar
ภาวนา/สวดมนต์
besar
จูบ

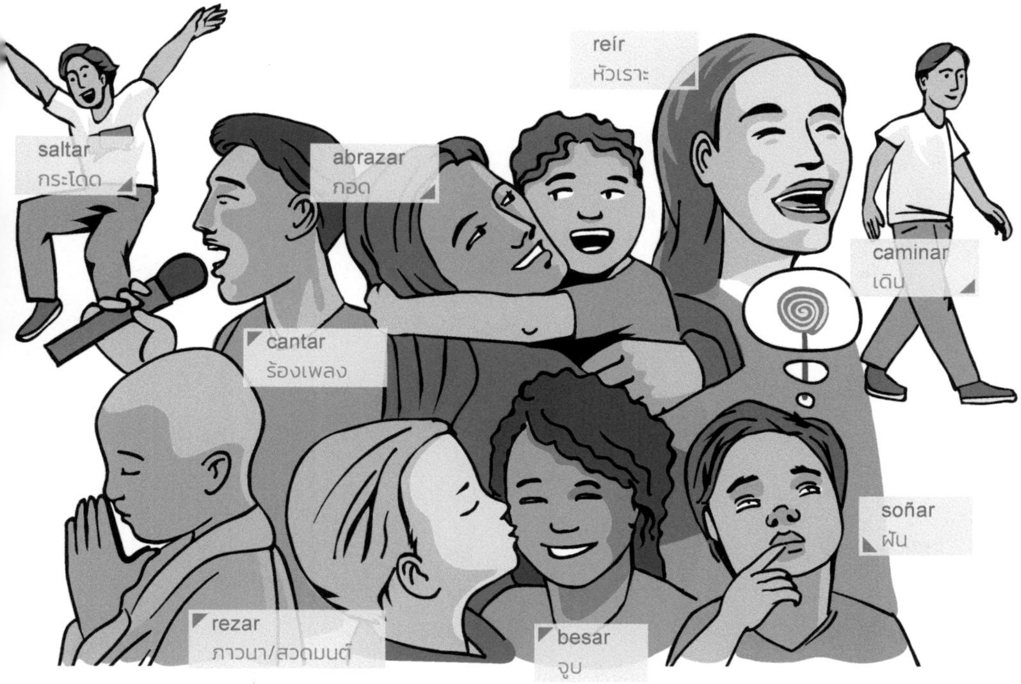

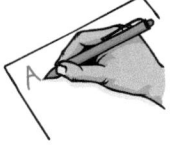

escribir
เขียน

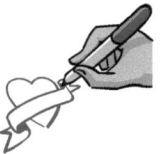

dibujar
วาดภาพ

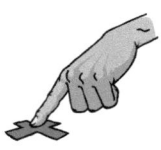

mostrar
แสดง

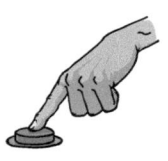

presionar
ผลัก

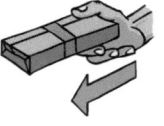

dar
ให้

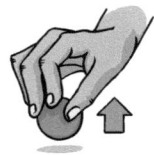

tomar
เอาไป

tener
มี

hacer
ทำ

ser
เป็น

estar parado
ยืน

correr
วิ่ง

tirar
ดึง

tirar
โยน

caer
ตก/หล่น

estar acostado
นอนเหยียดยาว

esperar
รอคอย

llevar
ถือ

estar sentado
นั่ง

vestirse
แต่งตัว

dormir
นอนหลับ

despertar
ตื่น

mirar

มองดู

llorar

ร้องไห้

acariciar

ลูบ

peinar

หวีผม

hablar

พูดคุย

entender

เข้าใจ

preguntar

ถาม

escuchar

ฟัง

beber

ดื่ม

comer

กิน

ordenar

จัดให้เป็นระเบียบบ

amar

รัก

cocinar

ทำอาหาร

manejar

ขับรถ

volar

บิน

navegar

ล่องเรือ

calcular

คำนวณ

leer

อ่าน

aprender

เรียนรู้

trabajar

ทำงาน

casarse

แต่งงาน

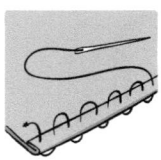

coser

เย็บ

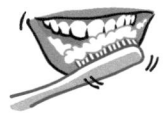

cepillarse los dientes

แปรงฟัน

matar

ฆ่า

fumar

สูบบุหรี่

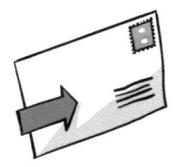

enviar

ส่ง

abuela
ย่า/ยาย

abuelo
ปู่/ตา

padre
พ่อ

madre
แม่

bebé
ทารก

hija
ลูกสาว

hijo
ลูกชาย

invitado
แขก

tía
ป้า

tío
ลุง

hermano
พี่ชาย/น้องชาย

hermana
พี่สาว/น้องสาว

cuerpo

ร่างกาย

frente
หน้าผาก
ojo
ตา
cara
ใบหน้า
pera
dedo
นิ้วมือ
mano
มือ
hombro
ไหล่
pierna
ขา
pecho
หน้าอก
brazo
แขน

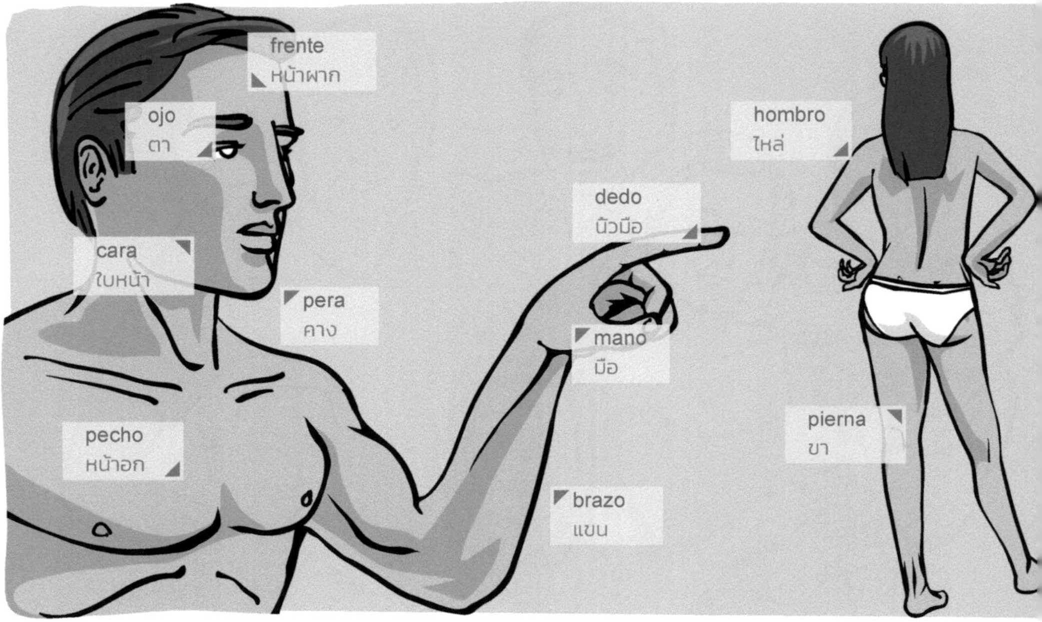

bebé

ทารก

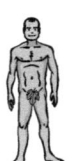

hombre

ผู้ชาย

mujer

ผู้หญิง

nena

เด็กผู้หญิง

nene

เด็กผู้ชาย

cabeza

ศีรษะ

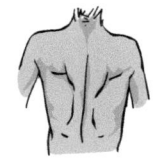

espalda

หลัง

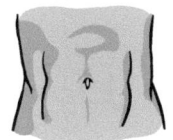

panza

ท้อง

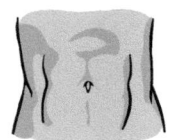

ombligo

สะดือ

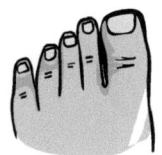

dedo del pie

นิ้วเท้า

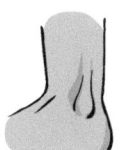

talón

ส้นเท้า

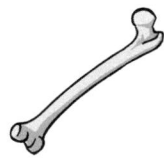

hueso

กระดูก

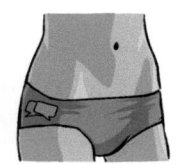

cadera

สะโพก

rodilla

หัวเข่า

codo

ข้อศอก

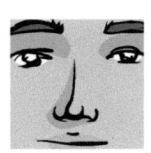

nariz

จมูก

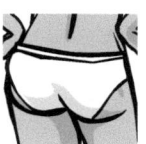

cola

ก้น

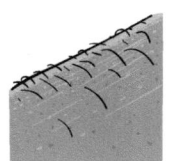

piel

ผิวหนัง

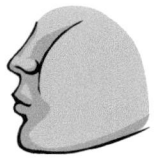

cachete

แก้ม

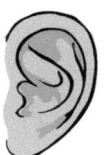

oreja

หู

labio

ริมฝีปาก

boca

ปาก

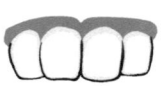

diente

ฟัน

lengua

ลิ้น

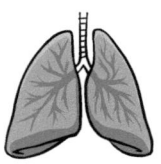

cerebro

สมอง

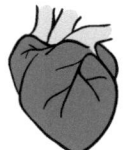

corazón

หัวใจ

músculo

กล้ามเนื้อ

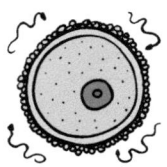

pulmón

ปอด

hígado

ตับ

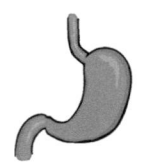

estómago

กระเพาะ

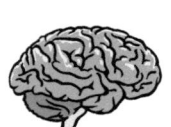

riñones

ไต

sexo

เพศสัมพันธ์

preservativo

ถุงยาง

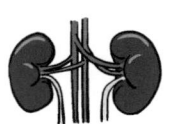

óvulo

เซลล์ไข่

semen

น้ำอสุจิ

embarazo

การตั้งครรภ์

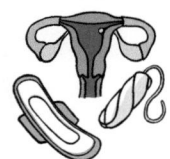

menstruación

ประจำเดือน

vagina

ช่องคลอด

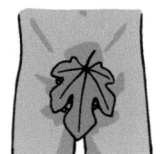

pene

องคชาต

ceja

คิ้ว

pelo

เส้นผม

cuello

คอ

hospital

โรงพยาบาล

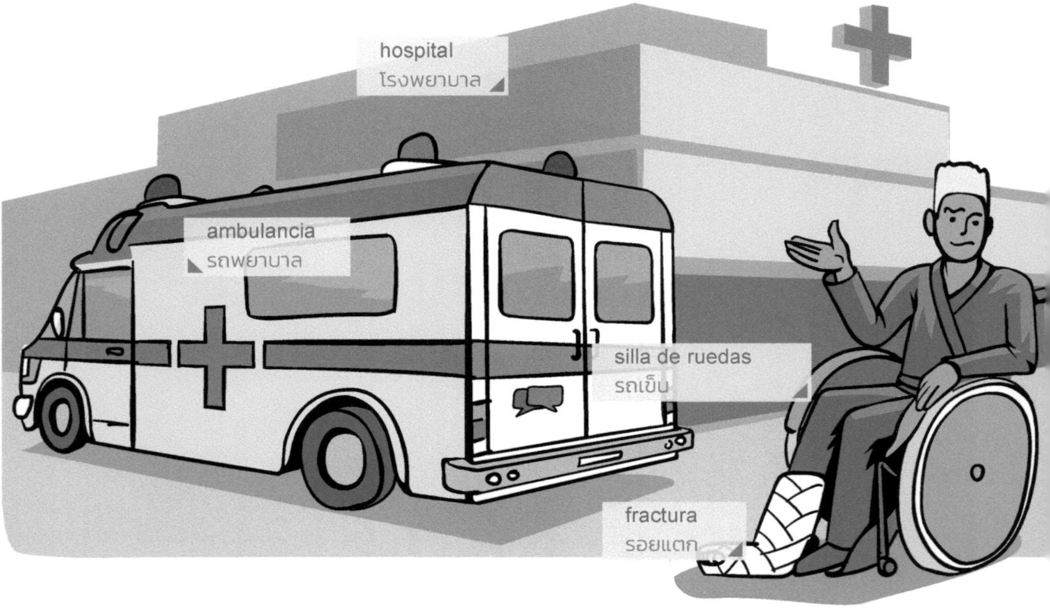

โรงพยาบาล
ambulancia
รถพยาบาล
silla de ruedas
รถเข็น
fractura
รอยแตก

médico

หมอ

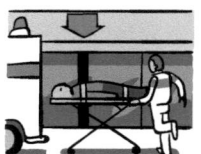

sala de guardia

ห้องฉุกเฉิน

enfermera

พยาบาล

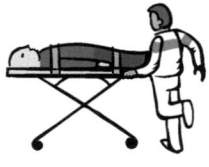

emergencia

ฉุกเฉิน

inconsciente

หมดสติ

dolor

อาการเจ็บปวด

lesión

การบาดเจ็บ

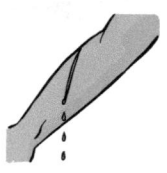

hemorragia

เลือดไหล

infarto

หัวใจวาย

ACV

โรคหลอดเลือดในสมอง

alergia

โรคภูมิแพ้

tos

ไอ

fiebre

ไข้

gripe

ไข้หวัด

diarrea

ท้องเสีย

dolor de cabeza

การปวดหัว

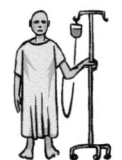

cáncer

มะเร็ง

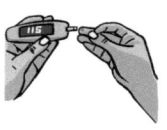

diabetes

โรคเบาหวาน

cirujano

ศัลยแพทย์

bisturí

มีดผ่าตัด

operación

การผ่าตัด

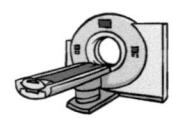

TC

เครื่องเอกซเรย์คอมพิวเตอร์ควา
มเร็วสูง

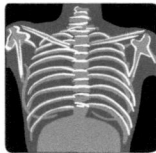

rayos x

เอกซเรย์

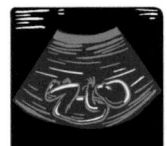

ecografía

อัลตราซาวด์

barbijo

หน้ากากอนามัย

enfermedad

โรค

sala de espera

ห้องรอตรวจ

muleta

ไม้เท้า

curita

ปลาสเตอร์ยา

venda

ผ้าพันแผล

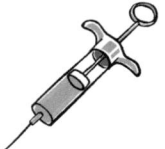

inyección

ฉีดยา

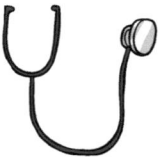

estetoscopio

เครื่องฟังตรวจ

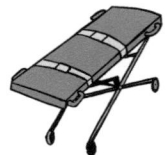

camilla

เปลหาม

termómetro

ปรอทวัดไข้

nacimiento

การเกิด

sobrepeso

น้ำหนักเกิน

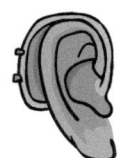

audífono

เครื่องช่วยฟัง

desinfectante

สารฆ่าเชื้อ

infección

การติดเชื้อ

virus

ไวรัส

VIH / SIDA

เอชไอวี/เอดส์

remedio

ยา

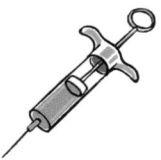

vacunación

การฉีดวัคซีน

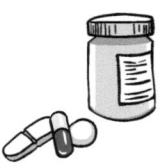

comprimidos

ยาเม็ด

pastilla anticonceptiva

ยาเม็ดกลม

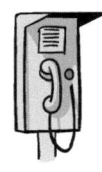

llamada de emergencia

โทรออกฉุกเฉิน

tensiómetro

เครื่องวัดความดันโลหิต

enfermo / sano

ป่วย/ สุขภาพดี

emergencia
ฉุกเฉิน

¡Ayuda!

ช่วยด้วย!

alarma

สัญญาณเตือนภัย

agresión

การทำร้าย

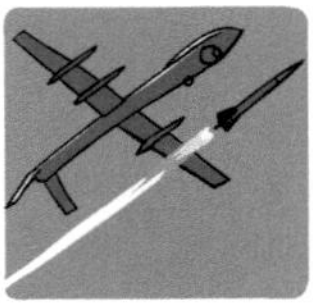

ataque

การโจมตี

peligro

อันตราย

salida de emergencia

ทางออกฉุกเฉิน

¡Fuego!

ไฟไหม้!

matafuego

ถังดับเพลิง

accidente

อุบัติเหตุ

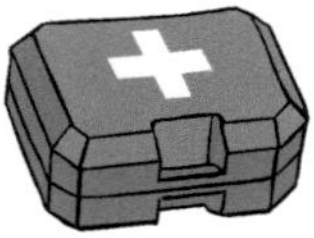

botiquín de primeros auxilios

ชุดปฐมพยาบาลเบื้องต้น

SOS

สัญญาณขอความช่วยเหลือ

policía

ตำรวจ

Tierra
โลก

Europa

ยุโรป

América del Norte

อเมริกาเหนือ

América del Sur

อเมริกาใต้

África

แอฟริกา

Asia

เอเชีย

Australia

ออสเตรเลีย

Atlántico

แอตแลนติก

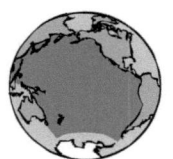

Pacífico

แปซิฟิก

Océano Índico

มหาสมุทรอินเดีย

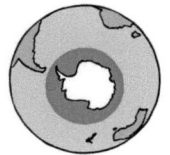

Océano Antártico

มหาสมุทรแอนตาร์กติก

Océano Ártico

มหาสมุทรอาร์กติก

polo norte

ขั้วโลกเหนือ

polo sur

ขั้วโลกใต้

Antártida

แอนตาร์กติกา

Tierra

โลก

tierra

พื้นดิน

mar

ทะเล

isla

เกาะ

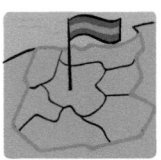

nación

ชาติ/ประชาชาติ

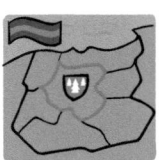

estado

รัฐ

reloj
นาฬิกา

esfera

หน้าปัดนาฬิกา

manecilla de las horas

เข็มชั่วโมง

minutero

เข็มนาที

segundero

เข็มวินาที

¿Qué hora es?

กี่โมงแล้ว?

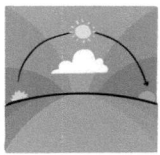

día

วัน

hora

เวลา

ahora

ตอนนี้

reloj digital

นาฬิกาดิจิตอล

minuto

นาที

hora

ชั่วโมง

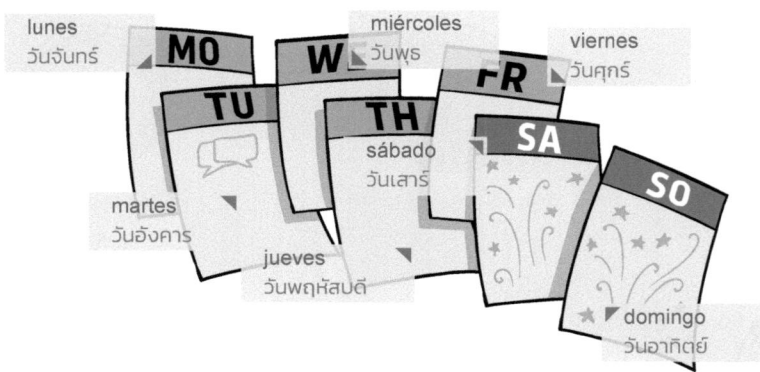

semana

สัปดาห์

lunes
วันจันทร์
miércoles
วันพุธ
viernes
วันศุกร์
SA
sábado
วันเสาร์
martes
วันอังคาร
jueves
วันพฤหัสบดี
domingo
วันอาทิตย์

ayer

เมื่อวาน

hoy

วันนี้

mañana

พรุ่งนี้

mañana

ตอนเช้า

mediodía

ตอนเที่ยง

tarde

ตอนเย็น

días hábiles

วันทำการ

fin de semana

วันสุดสัปดาห์

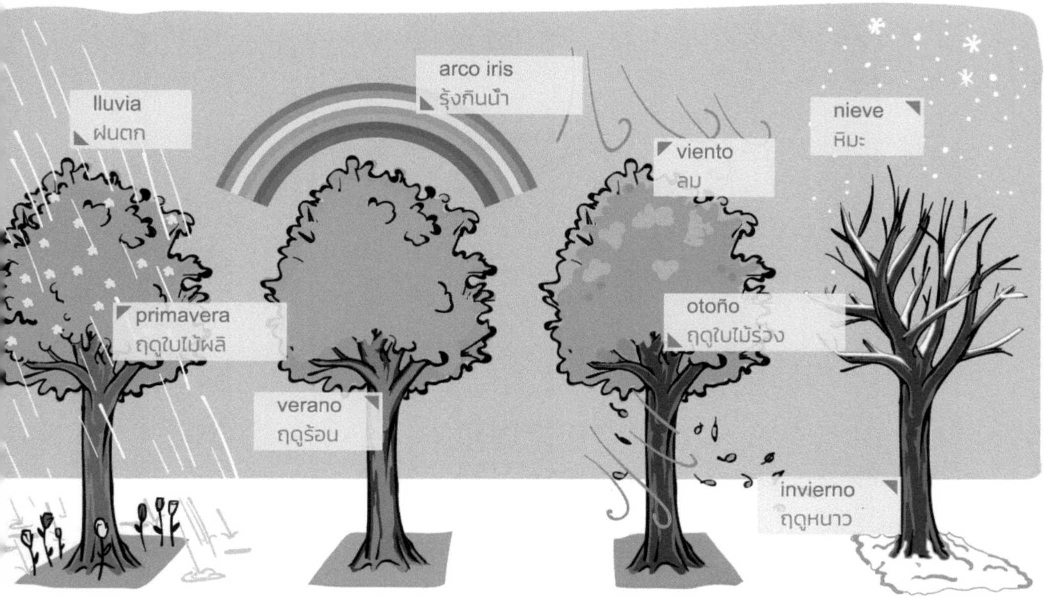

arco iris
รุ้งกินน้ำ
lluvia
ฝนตก
nieve
หิมะ
viento
ลม
primavera
ฤดูใบไม้ผลิ
otoño
ฤดูใบไม้ร่วง
verano
ฤดูร้อน
invierno
ฤดูหนาว

4.APRIL 11°
5.APRIL 4°
6.APRIL 13°
7.APRIL 8°
8.APRIL 10°

ronóstico meteorológico

การพยากรณ์อากาศ

F C
120 40
90 30
60 20
30 10
0 0
-30 -10
-20

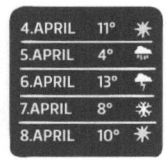

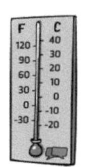

termómetro

เครื่องวัดอุณหภูมิ

luz del sol

แสงแดด

nube

ก้อนเมฆ

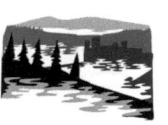

niebla

หมอก

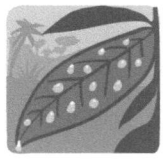

humedad

ความชื้น

rayo

ฟ้าแลบ/ฟ้าผ่า

trueno

ฟ้าร้อง

tormenta

พายุ

granizo

ลูกเห็บ

monzón

ลมมรสุม

inundación

น้ำท่วม

hielo

น้ำแข็ง

enero

มกราคม

febrero

กุมภาพันธ์

marzo

มีนาคม

abril

เมษายน

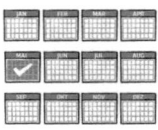

mayo

พฤษภาคม

junio

มิถุนายน

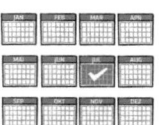

julio

กรกฎาคม

agosto

สิงหาคม

año - ปี

septiembre

กันยายน

octubre

ตุลาคม

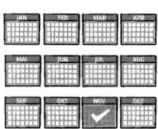

noviembre

พฤศจิกายน

diciembre

ธันวาคม

formas
รูปร่าง

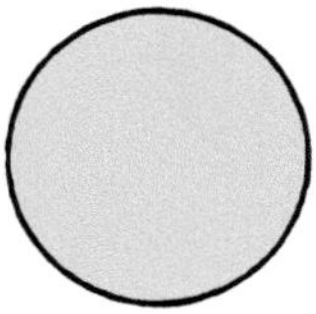

círculo

วงกลม

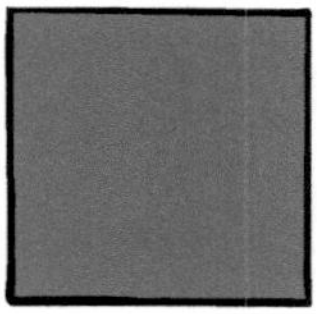

cuadrado

สี่เหลี่ยม

rectángulo

สี่เหลี่ยมผืนผ้า

triángulo

สามเหลี่ยม

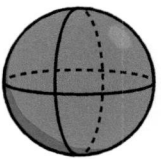

esfera

ทรงกลม

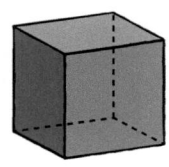

cubo

ลูกบาศก์

colores

สี

blanco

ขาว

amarillo

เหลือง

naranja

ส้ม

rosa

ชมพู

rojo

แดง

violeta

ม่วง

azul

ฟ้า

verde

เขียว

marrón

น้ำตาล

gris

เทา

negro

ดำ

opuestos

ตรงกันข้าม

mucho / poco

มาก/ น้อย

enojado / tranquilo

ฉุนเฉียว/ สงบ

lindo / feo

สวยงาม/ น่าเกลียด

principio / fin

เริ่มต้น/ จบ

grande / chico

ใหญ่/ เล็ก

claro / oscuro

สว่าง/ มืด

hermano / hermana

งชาย,พีชาย/ น้องสาว,พีสาว

limpio / sucio

สะอาด/ สกปรก

completo / incompleto

สมบูรณ์/ ไม่สมบูรณ์

día / noche

กลางวัน/ กลางคืน

muerto / vivo

ตาย/ มีชีวิต

ancho / angosto

กว้าง/ แคบ

comestible / no comestible

กินได้/ กินไม่ได้

malo / amable

ชั่วร้าย/ ใจดี

entusiasmado / aburrido

น่าตื่นเต้น/ น่าเบื่อ

gordo / flaco

อ้วน/ ผอม

primero / último

อย่างแรก/ สุดท้าย

amigo / enemigo

เพื่อน/ ศัตรู

lleno / vacío

เต็ม/ ว่างเปล่า

duro / blando

แข็ง/ นุ่ม

pesado / liviano

หนัก/ เบา

hambre / sed

หิว/ กระหายน้ำ

enfermo / sano

ป่วย/ สุขภาพดี

ilegal / legal

ผิดกฎหมาย/ ถูกกฎหมาย

inteligente / estúpido

ฉลาด/ โง่

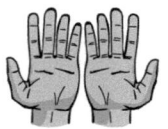

izquierda / derecha

ซ้าย/ ขวา

cerca / lejos

ใกล้/ ไกล

nuevo / usado

ใหม่/ ใช้แล้ว

nada / algo

ไม่มี/ บางสิ่งบางอย่าง

viejo / joven

แก่/ หนุ่ม

encendido / apagado

เปิด/ปิด

abierto / cerrado

เปิด/ ปิด

silencioso / ruidoso

เงียบ/ ดัง

rico / pobre

รวย/ จน

correcto / incorrecto

ถูก/ ผิด

áspero / suave

ขรุขระ/ เรียบ

triste / contento

เศร้า/ ดีใจ

corto / largo

สั้น/ ยาว

lento / rápido

ช้า/ เร็ว

mojado / seco

เปียก/ แห้ง

caliente / frío

อบอุ่น/ หนาวเย็น

guerra / paz

สงคราม/ สันติภาพ

números

เลข/จำนวน

0	**1**	**2**
cero	uno	dos
ศูนย์	หนึง	สอง
3	**4**	**5**
tres	cuatro	cinco
สาม	สี	ห้า
6	**7**	**8**
seis	siete	ocho
หก	เจ็ด	แปด
9	**10**	**11**
nueve	diez	once
เก้า	สิบ	สิบเอ็ด

12

doce

สิบสอง

13

trece

สิบสาม

14

catorce

สิบสี่

15

quince

สิบห้า

16

dieciséis

สิบหก

17

diecisiete

สิบเจ็ด

18

dieciocho

สิบแปด

19

diecinueve

สิบเก้า

20

veinte

ยี่สิบ

100

cien

หนึ่งร้อย

1.000

mil

หนึ่งพัน

1.000.000

millón

หนึ่งล้าน

idiomas

ภาษา

inglés

ภาษาอังกฤษ

inglés americano

ภาษาอังกฤษแบบอเมริกัน

chino mandarín

ภาษาจีนแมนดาริน

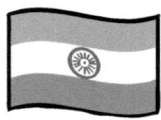

hindi

ภาษาฮินดี

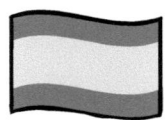

español

ภาษาสเปน

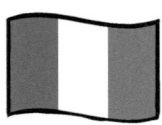

francés

ภาษาฝรั่งเศส

árabe

ภาษาอาหรับ

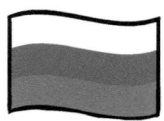

ruso

ภาษารัสเซีย

portugués

ภาษาโปรตุเกส

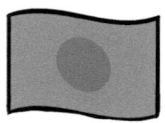

bengalí

ภาษาเบงกอล

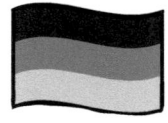

alemán

ภาษาเยอรมัน

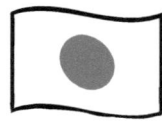

japonés

ภาษาญี่ปุ่น

quién / qué / cómo
ใคร / อะไร / อย่างไร

yo

ฉัน

vos

เธอ

él / ella

เขา / หล่อน / มัน

nosotros

พวกเรา

ustedes

พวกคุณ

ellos

พวกเขา

¿quién?

ใคร?

¿qué?

อะไร?

¿cómo?

อย่างไร?

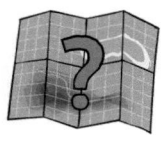

¿dónde?

ที่ไหน?

¿cuándo?

เมื่อไหร่?

nombre

ชื่อ

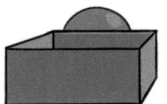

dónde

ที่ไหน

detrás

ข้างหลัง

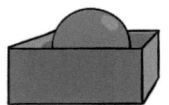

en

ใน

adelante de

ข้างหน้า

por encima de

เหนือ

sobre

บน

debajo de

ใต้

al lado de

ด้านข้าง

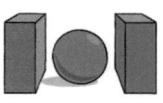

entre

ระหว่าง

lugar

ตำแหน่ง